HAPPY BABY